Vietnamese Vocabulary:
A Vietnamese Language Guide

Linh Ng

Contents

List of Vietnamese letters
I. Single letters:

Order	Vietnamese Latin letter	Vietnamese name	IPA
1	Aa	a	/aː˧/
2	Ăă	á	/aː˧˥/
3	Ââ	ớ	/əˑˀ˥/
4	Bb	bê/bờ	/ɓe˧, ɓəːˀ˨/
5	Cc	xê/cờ	/se˧, kəːˀ˨/
6	Dd	dê/dờ	/ze˧, zəːˀ˨/
7	Đđ	đê/đờ	/ɗe˧, ɗəːˀ˨/
8	Ee	e	/ɛ˧/
9	Êê	ê	/e˧/
10	Gg	giê/gờ/ghê	/ze˧, ɣəːˀ˨, ɣe˧/
11	Hh	hắt/hờ	/hatˀ˥, həːˀ˨/
12	Ii	i/i ngắn	/i˧, i˧ ŋanˀ˥/
13	Kk	ca	/kaː˧/
14	Ll	e-lờ/lờ	/(ɛ˧)ləːˀ˨/
15	Mm	em-mờ/mờ	/(ɛm˧)məːˀ˨/
16	Nn	en-nờ/nờ	/(ɛn˧)nəːˀ˨/
17	Oo	o	/ɔ˧/
18	Ôô	ô	/o˧/
19	Ơơ	ơ	/əː˧/
20	Pp	pê/pờ	/pe˧, pəːˀ˨/
21	Qq	cu/quy	/ku˧, kwi˧/
22	Rr	e-rờ/rờ	/ɛ˧ɾəːˀ˨, zəːˀ˨/
23	Ss	ét-sì/sờ	/ɛtˀ˥siˀ˨, ʂəːˀ˨/
24	Tt	tê/tờ	/te˧, təːˀ˨/
25	Uu	u	/u˧/
26	Ưư	ư	/ɨ˧/
27	Vv	vê/vờ	/ɨ˧/
28	Xx	ích-xì/xờ	/ikˀ˥siˀ˨, səːˀ˨/
29	Yy	i dài/i-cờ-rét	/i˧zaːjˀ˨, i˧kəːˀˤ˩ɹɛtˀ˥/

II. Diphthongs and triphthongs:

Order	Vietnamese letters	IPA
1	ai	/ai/
2	ay	/ ɛi/
3	ây	/ei/
4	ao	/au/
5	âu	/əu/
6	eo	/ɛu/
7	êu	/eu/
8	ia	/iə/
9	iê	/iə/
10	iêu	/iəu/
11	iu	/iu/
12	oa	/wo/
13	oai	/wai/
14	oă	/wa/
15	oe	/wɛ/
16	oi	/ ɔi/
17	ôi	/oi/
18	ơi	/ɣi/
19	ua	/uə/
20	ưa	/wə/
21	uô	/uə/
22	ươ	/wə/
23	ui	/ui/
24	uôi	/uəi/
25	uâ	/wə/
26	uê	/we/
27	uơ	/wɣ/
28	uy	/wi/
29	uyê	/wiə/
30	ưi	/wi/
31	ươi	/wəi/
32	ưu	/wu/

III. Other letter combinations:

Order	Vietnamese letter	IPA
1	ch	/ʲk/
2	gh	/ɣ/
3	gi	/z/,/j/
4	kh	/x/,/kʰ/
5	ng	/ŋ/
6	ngh	/ŋ/
7	nh	/ɲ/
8	ph	/f/
9	qu	/kw/,/w/
10	th	/tʰ/
11	tr	/t͡ʂ/,/c/
12	ach	/aik/
13	anh	/aiɲ/
14	ăm	/aum/
15	ăng	/auŋ/
16	ôm	/oum/
17	ông	/ouŋ/

IV. Tones:

Order	With letters	Name	IPA
1	a ă â e ê i o ô ơ u ư y	Không dấu	Level
2	á ắ ấ é ế í ó ố ớ ú ứ ý	Dấu sắc	High rising
3	à ằ ầ è ề ò ồ ờ ù ừ ỳ	Dấu huyền	Low/Falling
4	ả ẳ ẩ ẻ ể ỏ ổ ở ủ ử ỷ	Dấu hỏ	Dipping-rising
5	ã ẵ ẫ ẽ ễ õ ỗ ỡ ũ ỡ ữ ỹ	Dấu ngã	High-rising glottalized
6	ạ ặ ậ ẹ ệ ọ ộ ợ ụ ợ ự y	Dấu nặng	Low glottalized

1) Measurements
1) Đo lường

acre

Mẫu Anh (khoảng 0,4 hecta)

area

Diện tích

case

Hộp

centimeter

Cen-ti-mét

cup

Cốc

dash

Vạch

degree

Độ

depth

Chiều sâu

digit

Số

dozen

Tá

foot

Phút (đơn vị đo chiều dài của Anh, tương đương 0,3048 m)

gallon

Ga-lông (đơn vị đo lường chất lỏng, tương đương 4,54 lít ở Anh, 3,78 lít ở Mỹ)

gram

Gam

height

Chiều cao

huge

Lớn

inch

In-sơ (đơn vị đo chiều dài Anh, tương đương 2,54 cm)

kilometer

Ki-lô-mét

length

Chiều dài

liter

Lít

little

Ít

measure

Đo

meter

Mét

mile

Dặm

minute

Phút

miniature

Nhỏ

ounce

Aoxơ (đơn vị đo trọng lượng, tương đương 28,35 g)

perimeter

Chu vi

pint

Panh (đơn vị đo lường ở Anh tương đương 0,58 lít; ở Mỹ tương đương 0,473 lít)

pound

Pao (đơn vị đo trọng lượng của Anh Mỹ, tương đương 0,454 kg)

quart

Phần tư ga-lông

ruler

Thước

scale

Cân

small

Nhỏ

tablespoon

Thìa xúp

teaspoon

Thìa cà phê

ton

Tấn

unit

Đơn vị

volume

Khối lượng

weigh

Nặng

weight

Cân nặng

width

Độ dày

yard

Thước Anh (tương đương 0,914 mét)

Time
Thời gian

What time is it?

Bây giờ là mấy giờ?

It's 1:00 AM/PM

Bây giờ là 1 giờ sáng/chiều

It's 2:00 AM/PM

Bây giờ là 2 giờ sáng/chiều

It's 3:00 AM/PM

Bây giờ là 3 giờ sáng/chiều

It's 4:00 AM/PM

Bây giờ là 4 giờ sáng/chiều

It's 5:00 AM/PM

Bây giờ là 5 giờ sáng/chiều

It's 6:00 AM/PM

Bây giờ là 6 giờ sáng/chiều

It's 7:00 AM/PM

Bây giờ là 7 giờ sáng/chiều

It's 8:00 AM/PM

Bây giờ là 8 giờ sáng/chiều

It's 9:00 AM/PM

Bây giờ là 9 giờ sáng/chiều

It's 10:00 AM/PM

Bây giờ là 10 giờ sáng/chiều

It's 11:00 AM/PM

Bây giờ là 11 giờ sáng/chiều

It's 12:00 AM/PM

Bây giờ là 12 giờ sáng/chiều

in the morning

Vào buổi sáng

in the afternoon

Vào buổi chiều

in the evening

Vào buổi tối

at night

Ban đêm

afternoon

Buổi chiều

annual

Hàng năm

calendar

Lịch

daytime

Ban ngày

decade

Thập kỷ

evening

Buổi tối

hour

Giờ

midnight

Nửa đêm

minute

Phút

morning

Buổi sáng

month

Tháng

night

Tối

nighttime

Ban đêm

noon

Ban chiều

now

Bây giờ

o'clock

Giờ

past

Quá khứ

present

Hiện tại

second

Giây

sunrise

Bình minh

sunset

Hoàng hôn

Today

Hôm nay

Tonight

Tối nay

Tomorrow

Ngày mai

watch

Đồng hồ

week

Tuần

year

Năm

Yesterday

Ngày hôm qua

Months of the Year
Các tháng trong năm

January

Tháng một

February

Tháng hai

March

Tháng ba

April

Tháng tư

May

Tháng năm

June

Tháng sáu

July

Tháng bảy

August

Tháng tám

September

Tháng chín

October

Tháng mười

November

Tháng mười một

December

Tháng mười hai

Days of the Week
Các ngày trong tuần

Monday

Thứ hai

Tuesday

Thứ ba

Wednesday

Thứ tư

Thursday

Thứ năm

Friday

Thứ sáu

Saturday

Thứ bảy

Sunday

Chủ nhật

Seasons
Các mùa

Winter

Mùa đông

Spring

Mùa xuân

Summer

Mùa hè

Fall/autumn

Mùa thu

Numbers
Các số

One (1)

Một (1)

Two (2)

Hai (2)

Three (3)

Ba (3)

Four (4)

Bốn (4)

Five (5)

Năm (5)

Six (6)

Sáu (6)

Seven (7)

Bảy (7)

Eight (8)

Tám (8)

Nine (9)

Chín (9)

Ten (10)

Mười (10)

Eleven (11)

Mười một (11)

Twelve (12)

Mười hai (12)

Twenty (20)

Hai mươi (20)

Fifty (50)

Năm mươi (50)

Hundred (100)

Một trăm (100)

Thousand (1000)

Một nghìn (1000)

Ten Thousand (10,000)

Mười nghìn (10.000)

One Hundred Thousand (100,000)

Một trăm nghìn (100.000)

Million (1,000,000)

Một triệu (1.000.000)

Billion (1,000,000,000)

Một tỷ (1.000.000.000)

Ordinal Numbers
Các số thứ tự

first

Thứ nhất

---

second

Thứ hai

---

third

Thứ ba

---

fourth

Thứ tư

---

fifth

Thứ năm

---

sixth

Thứ sáu

---

seventh

Thứ bảy

---

eighth

Thứ tám

---

ninth

Thứ chín

---

tenth

Thứ mười

eleventh

Thứ mười một

twelfth

Thứ mười hai

thirteenth

Thứ mười ba

twentieth

Thứ hai mươi

twenty-first

Thứ hai mốt

hundredth

Thứ một trăm

thousandth

Thứ một nghìn

millionth

Thứ một triệu

billionth

Thứ một tỷ

Geometric Shapes
Các dạng hình học

Angle

Góc

---

circle

Hình tròn

---

cone

Hình nón

---

cube

Hình khối

---

cylinder

Hình trụ

---

heart

Hình trái tim

Heptagon

Hình bảy góc

Hexagon

Hình lục giác

---

line

Đường thẳng

---

octagon

Hình bát giác

oval

Hình trái xoan

parallel lines

Các đường thẳng song song

pentagon

Hình ngũ giác

perpendicular lines

Các đường thẳng vuông góc với nhau

polygon

Hình đa giác

pyramid

Hình kim tự tháp, hình chóp

rectangle

Hình chữ nhật

rhombus

Hình thoi

square

Hình vuông

star

Hình ngôi sao

trapezoid

Hình thang

triangle

Hình tam giác

vortex

Hình cơn lốc

Colors
Các màu sắc

beige

Màu be

black

Màu đen

blue

Màu xanh da trời

brown

Màu nâu

fuchsia

Màu hồng hoa Vân Anh

gray

Màu xám

green

Màu xanh lá cây

indigo

Màu chàm

maroon

Màu hạt dẻ

navy blue

Màu xanh nước biển

orange

Màu cam

pink

Màu hồng

purple

Màu tía (màu đỏ và màu lam trộn với nhau)

red

Màu đỏ

silver

Màu bạc

tan

Màu rám nắng

teal

Màu xanh mòng két

turquoise

Màu xanh ngọc lam

violet

Màu tím

white

Màu trắng

yellow

Màu vàng

Related Verbs
Các động từ liên quan

to add

Thêm vào

to change

Thay đổi

to check

Kiểm tra

to color

Tô màu

to count

Đếm

to divide

Chia

to figure

Suy nghĩ, tính toán

to fill

Làm đầy

to guess

Đoán

to measure

Đo

to multiply

Nhân

to subtract

Trừ

to take

Lấy

to tell time

Nói về thời gian

to verify

Xác nhận

to watch

Xem

2) Weather
2) Thời tiết

air

Không khí

---

air pollution

Ô nhiễm không khí

---

atmosphere

Bầu không khí

---

avalanche

Tuyết lở

---

barometer

Phong vũ biểu

---

barometric pressure

Áp lực của không khí do phong vũ biểu ghi

---

blizzard

Trận bão tuyết

---

breeze

Gió nhẹ

---

climate

Khí hậu

cloud

Mây

cold

Lạnh

cold front

Mũi nhọn của luồng không khí lạnh

condensation

Ngưng tụ

cool

Mát

cyclone

Gió xoáy

degree

Độ

depression

Vùng áp thấp

dew

Sương

dew point

Điểm sương

downpour

Trận mưa như trút

drift

Phủ đầy những đống tuyết

drizzle

Mưa phùn

drought

Hạn hán

dry

Khô

dust devil

Cơn gió xoáy mang bụi đến

Duststorm

Bão bụi

easterly wind

Gió đông

evaporation

Bốc hơi

eye of the storm

Tâm bão

fair

Thuận lợi, tốt

fall

Mùa thu

flash flood

Lũ quét

flood

Lũ

flood stage

Mực nước lũ

flurries (snow)

Trận mưa tuyết bất chợt

fog

Sương mù

forecast

Dự báo

freeze

Đóng băng

freezing rain

Mưa đá

front (cold/hot)

Frông (lạnh/nóng)

frost

Sương giá

funnel cloud

Đám mây hình phễu xuất hiện trước khi có vòi rồng

global warming

Nóng lên toàn cầu

gust of wind

Gió mạnh

Hail

Mưa đá

Haze

Sương mù

Heat

Nhiệt

heat index

Chỉ số nhiệt

heat wave

Sóng nhiệt

High

Cao

humid

Ẩm

humidity

Độ ẩm

hurricane

Bão

Ice

Đá, băng

ice crystals

Tinh thể băng tuyết

ice storm

Bão tuyết

Icicle

Cột băng

jet stream

Gió xoáy

landfall

Sự sụt đất

lightning

Sét

Low

Thấp

low pressure system

Hệ thống áp suất thấp

meteorologist

Nhà khí tượng học

meteorology

Khí tượng học

microburst

Gió giáng đột ngột

Mist

Sương mù

moisture

Độ ẩm

monsoon

Gió mùa

muggy

Oi bức

nor'easter

Gió đông bắc

normal

Bình thường

outlook

Trạm quan sát

Overcast

U ám

ozone

Tầng ôzôn

partly cloudy

Mây rải rác

Polar

Địa cực

pollutant

Ô nhiễm

precipitation

Lượng mưa

pressure

Áp suất

Radar

Sóng ra-đa

radiation

Sự bức xạ

Rain

Mưa

rainbow

Cầu vồng

rain gauge

Dụng cụ đo lượng mưa

relative humidity

Độ ẩm tương đối

sandstorm

Bão cát

season

Mùa

shower

Trận Mưa

Sky

Bầu trời

Sleet

Mưa tuyết

Slush

Tuyết tan mềm bẩn trên mặt đất

Smog

Sương khói

smoke

Khói

Snow

Tuyết

snowfall

Mưa tuyết

snowflake

Bông tuyết

snow flurry

Trận mưa tuyết bất chợt

snow shower

Mưa tuyết

snowstorm

Bão tuyết

spring

Mùa xuân

storm

Bão

storm surge

Sóng bão

stratosphere

Tầng bình lưu

summer

Mùa hè

sunrise

Bình minh

sunset

Hoàng hôn

supercell

Bão sấm

surge

Sóng cồn

swell

Sóng nhồi (sau cơn bão)

temperature

Nhiệt độ

thaw

Sự tan băng

thermal

Nhiệt, nóng

thermometer

Nhiệt kế

thunder

Sấm

thunderstorm

Bão có sấm sét và thường mưa to

tornado

Cơn lốc xoáy, vòi rồng

trace

Dấu hiệu

tropical

Nhiệt đới

tropical depression

áp thấp nhiệt đới

tropical storm

Bão nhiệt đới

turbulence

Sự chuyển động không đều (của nước, không khí)

twister

Lốc xoáy, vòi rồng

typhoon

Bão lớn

unstable

Không ổn định

visibility

Tầm nhìn

vortex

Cơn lốc

warm

ấm

warning

Cảnh báo

watch
Xem, canh gác

weather
Thời tiết

weather pattern
Kiểu thời tiết

weather report
Dự báo thời tiết

weather satellite
Vệ tinh khí tượng

westerly wind
Gió tây

whirlwind
Gió lốc

wind
Gió

wind chill
Phong hàn

winter
Mùa đông

Related Verbs
Các động từ liên quan

to blow

Thổi

---

to clear up

(bầu trời) trở nên trong trẻo

---

to cool down

Làm lạnh

---

to drizzle

Mưa phùn

---

to feel

Cảm thấy

---

to forecast

Dự báo

---

to hail

Mưa đá

---

to rain

Mưa

---

to report

Thông báo

---

to shine

Chiếu sáng

to snow

Tuyết rơi

to storm

Bão

to warm up

Làm ấm

to watch

Xem, canh gác

3) People
3) Con người

Athlete

Vận động viên

Baby

Em bé

Boy

Con trai

Boyfriend

Bạn trai

Brother

Anh trai/em trai

brother-in-law

Anh rể

businessman

Doanh nhân

candidate

ứng viên

child/children

Trẻ em/nhiều trẻ em

Coach

Huấn luận viên

Cousin

Anh/chị/em họ

Customer

Khách hàng

Daughter

Con gái

daughter-in-law

Con dâu

Driver

Tài xế, người lái xe

Family

Gia đình

Farmer

nông dân

father/dad

Bố

father-in-law

Bố vợ/chồng

Female

Nữ

Friend

Bạn

Girl

Con gái

Girlfriend

Bạn gái

godparents

Bố mẹ đỡ đầu

grandchildren

Cháu (Nội, Ngoại)

granddaughter

Cháu gái (Nội, Ngoại)

grandfather

Ông(Nội, Ngoại)

grandmother

Bà (Nội, Ngoại)

grandparents

Ông bà (Nội, Ngoại)

Grandson

Cháu trai (Nội, Ngoại)

Husband

Chồng

Instructor

Người hướng dẫn

Kid

Trẻ em

King

Vua

Male

Nam

Man

Đàn ông

mother/mom

Mẹ

mother-in-law

Mẹ chồng/vợ

Nephew

Cháu trai

Niece

Cháu gái

Parent

Bố mẹ

People

Người

Princess

Công chúa

Queen

Hoàng hậu

rock star

Ngôi sao nhạc rock

Sister

Chị em gái

sister-in-law

Chị em dâu

Son

Con trai

son-in-law

Con rể

Student

Sinh viên

Teenager

Thanh thiếu niên

Tourist

Khách du lịch

Wife

Vợ

Woman

Đàn bà

Youth

Thiếu niên

Characteristics
Các đặc điểm

Attractive

Lôi cuốn

Bald

Hói

Beard

Râu

Beautiful

Xinh đẹp

black hair

Tóc đen

Blind

Mù

Blond

Vàng hoe

blue eyes

Mắt xanh

brown eyes

Mắt nâu

brown hair

Tóc nâu

Brunette

Ngăm đen

curly hair

Tóc xoăn

dark

Đen huyền

Deaf

Điếc

Divorced

Ly dị

Elderly

Lớn tuổi

fair (skin)

(da) trắng

Fat

Béo

gray hair

Tóc bạc

green eyes

Mắt xanh

handsome

Đẹp trai

hazel eyes

Mắt màu nâu đỏ

Heavyset

To chắc nịch

light brown

Nâu nhạt

long hair

Tóc dài

Married

Kết hôn

mustache

Ria mép

Old

Già

Olive

Ô-liu

overweight

Quá nặng cân

Pale

Xanh xao

Petite

Nhỏ nhắn

Plump

Bụ bẫm

Pregnant

Mang thai

red head

Tóc đỏ hoe

Short

Lùn

short hair

Tóc ngắn

Skinny

Gầy

Slim

Mảnh mai

Stocky

Chắc nịch

straight hair

Tóc thẳng

tall

Cao

tanned

Rám nắng

thin

Gầy

wavy hair

Tóc lượn sóng

well built

Lực lưỡng

white

Trắng

young

Trẻ

Stages of Life
Các giai đoạn của cuộc đời

adolescence

Thanh thiếu niên

adult

Người lớn

anniversary

Kỷ niệm

birth
Sinh

death
Chết

divorce
Ly dị

elderly
Lớn tuổi

graduation
Tốt nghiệp

infant
Trẻ sơ sinh

marriage
Kết hôn

middle aged
Trung niên

newborn
Mới sinh

preschooler
Trẻ ở độ tuổi học mẫu giáo

preteen

Trẻ trước tuổi 13

senior citizen

Người già, người về hưu

teenager

Thanh thiếu niên

toddler

Trẻ mới biết đi

tween

Trẻ em ở độ tuổi 8-12

young adult

Thanh niên

youth

Tuổi trẻ

Religion
Tôn giáo

AtheistAgnostic

Người theo thuyết vô thần

Baha'i

Đạo Baha'i

Buddhist

Đạo Phật

Christian

Đạo Tin lành

Hindu

Đạo Ấn

Jewish

Người Do Thái

Muslim

Đạo Hồi

Sikh

Đạo Sikh

Work
Công việc

accountant

Kế toán

actor

Diễn viên

associate

Cộng sự

astronaut

Phi hành gia

banker

Giám đốc ngân hàng

butcher

Người bán thịt

carpenter

Thợ mộc

Chef

Đầu bếp

Clerk

Thư ký

composer

Người sáng tác

custodian

Người canh giữ

dentist

Nha sĩ

doctor

Bác sĩ

electrician

Thợ điện

executive

Ủy viên ban chấp hành

farmer

Người nông dân

fireman

Lính cứu hỏa

handyman

Người làm những công việc lặt vặt

Judge

Thẩm phán

landscaper

Kiến trúc sư phong cảnh

lawyer

Luật sư

librarian

Nhân viên thư viện

manager

Quản lý

model

Người mẫu

notary

Công chứng viên

nurse

Y tá

optician

Chuyên gia nhãn khoa

pharmacist

Dược sĩ

Pilot

Phi công

policeman

Cảnh sát

preacher

Người thuyết giáo

president

Chủ tịch

representative

Đại diện

scientist

Nhà khoa học

secretary

Thư ký

singer

Ca sĩ

soldier

Lính

teacher

Giáo viên

technician

Kỹ thuật viên

treasurer

Thủ quỹ

writer

Người viết, nhà văn

zoologist

Nhà động vật học

Related Verbs
Các động từ liên quan

to deliver

Để

---

to enjoy

Tận hưởng

---

to grow

Lớn lên

---

to laugh

Cười

---

to love

Yêu

---

to make

Làm

---

to manage

Quản lý

---

to repair

Sửa chữa

---

to serve

Phục vụ

---

to sing

Hát

to smile

Cười

to talk

Nói

to think

Nghĩ

To work

Làm việc

to work at

Làm việc tại

to work for

Làm việc cho

to work on

Làm việc về

to worship

Thờ phụng

to write

Viết

4) Parts of the Body
4) Các bộ phận của cơ thể

Ankle

Mắt cá chân

Arm

Cánh tay

Back

Lưng

beard

Râu

Belly

Bụng

Blood

Máu

Body

Cơ thể

Bone

Xương

Brain

Não

breast

Vú

buttocks

Mông

Calf

Bắp chân

cheek

Má

chest

Ngực

Chin

Cằm

Ear

Tai

elbow

Khuỷu tay

Eye

Mắt

eyebrow

Lông mày

eyelash

Lông mi

Face

Mặt

finger

Ngón tay

finger nail

Móng tay

Fist

Nắm tay

Flesh

Thịt

foot/feet

Chân

forearm

Cẳng tay

forehead

Trán

Hair

Tóc

Hand

Bàn tay

Head

Đầu

Heart

Trái tim

Heel

Gót chân

Hip

Hông

Jaw

Hàm

Knee

Đầu gối

Leg

Chân

Lips

Môi

moustache

Ria mép

mouth

Miệng

muscle

Cơ bắp

Nail

Móng tay

Neck

Cổ

Nose

Mũi

nostril

Lỗ mũi

Palm

Gan bàn tay

shin

Cẳng chân

shoulder

Vai

skin

Da

spine

Cột sống

stomach

Dạ dày

teeth/tooth

Răng/nhiều răng

thigh

Đùi

throat

Cổ họng

thumb

Ngón tay cái

toe

Ngón chân

toenail

Móng chân

tongue

Lưỡi

underarm

Nách

waist

Eo

wrist

Cổ tay

Related Verbs
Các động từ liên quan

to exercise

Tập thể dục

to feel

Cảm thấy

to hear

Nghe

to see

Nhìn

to smell

Ngửi

to taste

Nếm

to touch

Chạm

5) Animals
5) Động vật

alligator

Cá sấu

---

anteater

Loài thú ăn kiến

---

antelope

Loài linh dương

---

ape

Khỉ không đuôi

---

armadillo

Con tatu

---

baboon

Khỉ đầu chó

---

bat

Con dơi

---

bear

Con gấu

---

beaver

Con hải ly

bison

Bò rừng bizon

bobcat

Linh miêu Mỹ

camel

Con lừa

caribou

Tuần lộc

cat

Con mèo

chameleon

Tắc kè hoa

cheetah

Báo đốm

chipmunk

Sóc chuột

cougar

Báo cuga

cow

Con bò

coyote

Chó sói đồng cỏ

crocodile

Cá sấu Châu Phi

deer

Con Nai

dinosaur

Con khủng long

dog

Con chó

donkey

Con lừa

elephant

Con voi

emu

Đà điểu sa mạc

ferret

Chồn sương

fox

Con cáo

frog

Con ếch

gerbil

Chuột nhảy

giraffe

Hươu cao cổ

goat

Con dê

gorilla

Con khỉ đột

groundhog

Con chuột chũi

guinea pig

Chuột lang

hamster

Chuột đồng

hedgehog

Con nhím Âu

hippopotamus

Con hà mã

horse

Con ngựa

iguana

Con cự đà

kangaroo

Con chuột túi

lemur

Vượn cáo

leopard

Con báo

lion

Con sư tử

lizard

Con thằn lằn

llama

Lạc đà không bướu

meerkat

Chồn meerkat

mouse/mice

Chuột/nhiều con chuột

mole

Chuột chũi

monkey

Con khỉ

moose

Nai sừng tấm Bắc Mỹ

mouse

Chuột

otter

Con rái cá

panda

Con gấu trúc

panther

Báo đen

pig

Con lợn

platypus

Thú mỏ vịt

polar bear

Gấu trắng Bắc Cực

porcupine

Con nhím

rabbit

Con thỏ

raccoon

Gấu trúc Mỹ

rat

Chuột

rhinoceros

Con tê giác

sheep

Con cừu

skunk

Chồn hôi

sloth

Con lười

snake

Con rắn

squirrel

Con sóc

tiger

Con hổ

toad

Con cóc

turtle

Con rùa

walrus

Hải mã

warthog

Lợn lòi

weasel

Con chồn

wolf

Con chó sói

zebra

Con ngựa vằn

Birds
Các loài chim

canary

Chim hoàng yến

chicken

Gà

crow

Con quạ

dove

Con chim bồ câu

duck

Con vịt

eagle

Con đại bàng

falcon

Chim ưng

flamingo

Chim hồng lạc

goose

Con ngỗng

hawk

Con diều hâu

hummingbird

Chim ruồi

ostrich

Con đà điểu

owl

Con cú

parrot

Con vẹt

peacock

Con công trống

pelican

Con bồ nông

pheasant

Con gà lôi

pigeon

Chim bồ câu hoang dã

robin

Chim cổ đỏ

rooster

Gà trống

sparrow

Chim sẻ

swan

Thiên nga

turkey

Gà tây

Water/Ocean/Beach
Nước/Đại dương/Biển

bass

Cá vược

catfish

Cá da trơn

clam

Con trai

crab

Con cua

goldfish

Cá vàng

jellyfish

Con sứa

lobster

Con tôm hùm

mussel

Con trai

oyster

Con sò

salmon

cá hồi

shark

Cá mập

trout

Cá hồi

tuna

Cá ngừ

whale

Cá voi

Insects
Các loài sâu bọ

ant

Con kiến

---

bee

Con ong

---

beetle

Con bọ cánh cứng

---

butterfly

Con bướm

---

cockroach

Con gián

---

dragonfly

Con chuồn chuồn

---

earthworm

Con giun đất

---

flea

Con bọ chét

---

fly

Con ruồi

---

gnat

Con muỗi

grasshopper

Châu chấu

ladybug

Con bọ rùa

moth

Con nhậy

mosquito

Con muỗi

spider

Con nhện

wasp

Con ong bắp cày

Related Verbs
Các động từ liên quan

to eat

Ăn

to bark

Sủa

to chase

Đuổi theo

to feed

Cho ăn

to hibernate

Ngủ đông

to hunt

Săn mồi

to move

Di chuyển

to perch

Đậu

to prey

Săn mồi

to run

Chạy

to swim

Bơi

to wag

Vẫy

to walk

Đi

6) Plants and Trees
6) Các loại thực vật và cây

acacia

Cây keo

acorn

Hạt dẻ

annual

Cây một năm

apple tree

Cây táo

bamboo

Cây tre

bark

Vỏ cây

bean

Cây đậu

berry

Quả họ dâu

birch

Cây bulô

blossom

Hoa

branch

Cành cây

brush

Bụi cây

bud

Nụ hoa

bulb

Củ

bush

Bụi rậm

cabbage

Bắp cải

cactus

Xương rồng

carnation

Cây cẩm chướng

cedar

Cây bách hương

cherry tree

Cây anh đào

chestnut

Cây hạt dẻ

corn

Ngô

cypress

Cây bách

deciduous

Sớm rụng

dogwood

Cây sơn thù du

eucalyptus

Cây bạch đàn

evergreen

Cây thường xanh

fern

Cây dương xỉ

fertilizer

Phân bón

fir

Cây thông

flower

Hoa

foliage

Tán lá

forest

Rừng

fruit

Quả, trái cây

garden

Vườn

ginkgo

Cây bạch quả

grain

Hạt

grass

Cỏ

hay

Cỏ khô

---

herb

Thảo mộc

---

hickory

Cây mại châu

---

ivy

Cây thường xuân

---

juniper

Cây bách xù

---

kudzu

Cây sắn dây

---

leaf/leaves

Lá/những chiếc lá

---

lettuce

Rau diếp

---

lily

Hoa loa kèn

---

magnolia

Hoa mộc lan

---

maple tree

Cây phong

moss

Rêu

nut

Quả hạch

oak

Cây sồi

palm tree

Cây cọ

pine cone

Quả thông

pine tree

Cây thông

plant

Thực vật

peach tree

Cây đào

pear tree

Cây lê

petal

Cánh hoa

poison ivy

Cây sơn độc

pollen

Phấn hoa

pumpkin

Bí ngô

root

Rễ cây

roses

Hoa hồng

sage

Cây xô thơm

sap

Nhựa cây

seed

Hạt

shrub

Cây bụi

squash

Cây bí

soil

Đất

stem

Cuống, thân cây

thorn

Bụi gai, gai

tree

Cây

trunk

Thân cây

vegetable

Rau

vine

Cây nho

weed

Cỏ dại

Related Verbs
Các động từ liên quan

to fertilize

Bón phân

---

to gather

Lượm

---

to grow

Mọc

---

to harvest

Thu hoạch

---

to pick

Hái

---

to plant

Trồng

---

to plow

Cày

---

to rake

Cào

---

to sow

Gieo hạt

---

to spray

Phun

to water

Tưới nước

to weed

Rẫy cỏ

7) Meeting Each Other
7) Gặp nhau

Greetings/Introductions:
Chào hỏi/Giới thiệu

Good morning

Chào buổi sáng

Good afternoon

Chào buổi chiều

Good evening

Chào buổi tối

Good night

Chúc ngủ ngon

Hi

Xin chào

Hello

Xin chào

Have you met (name)?

Bạn đã gặp (tên) chưa?

Haven't we met?

Chúng ta gặp nhau chưa nhỉ?

How are you?

Bạn khỏe không?

How are you today?

Hôm nay bạn có khỏe không?

How do you do?

Bạn khỏe không?

How's it going?

Tình hình thế nào?

I am (name)

Tôi là (tên)

I don't think we've met.

Tôi không nghĩ là chúng ta đã gặp nhau

It's nice to meet you.

Rất vui được gặp bạn

Meet (name)

Gặp (tên)

My friends call me (nickname)

Bạn bè hay gọi tôi là (bí danh)

My name is (name)

Tên tôi là (tên)

Nice to meet you

Rất vui được gặp bạn

Nice to see you again.

Rất vui gặp bạn lần sau

Pleased to meet you.

Rất vui được gặp bạn

This is (name)

Đây là (tên)

What's your name?

Tên bạn là gì?

Who are you?

Bạn là ai?

Greeting Answers
Trả lời cho phần chào hỏi

Fine, thanks

Cảm ơn, tôi khỏe

I'm exhausted

Tôi kiệt sức rồi

I'm okay

Tôi ổn

I'm sick

Tôi đang bị ốm

I'm tired

Tôi đang mệt

Not too bad

Không tệ cho lắm

Not too well, actually

Thực ra thì không được khỏe lắm

Very well

Rất khỏe

Saying Goodbye
Nói tạm biệt

Bye

Chào nhé

Good bye

Tạm biệt

Good night

Chúc ngủ ngon

See you

Hẹn gặp lần sau nhé

See you later

Hẹn gặp bạn lần sau

See you next week

Hẹn gặp bạn vào tuần tới

See you soon

Hẹn gặp lại bạn sớm

See you tomorrow

Hẹn gặp bạn vào ngày mai

Courtesy
Tác phong lịch sự

Excuse me

Xin lỗi

Pardon me

Xin lỗi

I'm sorry

Tôi xin lỗi

Thanks

Cảm ơn

Thank you

Cảm ơn

You're welcome

Không có gì

Special Greetings
Các lời chúc trong dịp đặc biệt

Congratulations

Chúc mừng

Get well soon

Mau khỏe nhé

Good luck

Chúc may mắn

Happy New Year

Chúc mừng năm mới

Happy Easter

Chúc lễ phục sinh vui vẻ

Merry Christmas

Chúc Gáng sinh vui vẻ

Well done

Làm tốt đấy

Related Verbs
Các động từ liên quan

to greet

Chào hỏi

---

to meet

Gặp mặt

---

to say

Nói

---

to shake hands

Bắt tay

---

to talk

Trò chuyện

---

to thank

Nói lời cảm ơn

---

8) House
8) Nhà

air conditioner

Máy điều hòa

appliances

Các Thiết bị

attic

Tum

awning

Mái hiên

backyard

Sân sau

balcony

Ban công

basement

Tầng hầm

bathroom

Nhà tắm

bath tub

Bồn tắm

bed

Giường

bedroom

Phòng ngủ

blanket

Chăn

blender

Máy xay sinh tố

blinds

Bức rèm, màn che

bookshelf/bookcase

Giá sách/tủ sách

bowl

Cái bát

cabinet

Cái tủ

carpet

Thảm nhà

carport

Nhà để xe

ceiling

Trần nhà

cellar

Hầm chứa

chair

Ghế

chimney

Ống khói

clock

Đồng hồ

closet

Phòng kho

computer

Máy tính

couch

Ghế trường kỉ

counter

Kệ bếp

crib

Cũi trẻ em

cupboard

Tủ quần áo, chén bát

cup

Cốc

curtain

Rèm cửa

desk

Bàn

dining room

Phòng ăn

dishes

Đĩa

dishwasher

Máy rửa bát đĩa

door

Cửa

doorbell

Chuông cửa

doorknob

Tay nắm cửa

doorway

Ô cửa

drapes

Màn

drawer

Ngăn kéo

driveway

Đường lái xe vào nhà

dryer

Máy sấy

duct

ống dẫn

exterior

Bên ngoài

family room

Phòng gia đình

fan

Cái quạt

faucet

Vòi

fence

Hàng rào

fireplace

Bếp sưởi

floor

Sàn nhà

foundation

Móng nhà

frame

Khung

freezer

Máy ướp lạnh

furnace

Lò sưởi

furniture

Đồ đạc trong nhà

garage

Nhà để xe

garden

Vườn

grill

Song cửa

gutters

Máng nước

hall/hallway

Đại sảnh/tiền sảnh

hamper

Hòm mây

heater

Máy sưởi

insulation

Lớp cách nhiệt

jacuzzi tub

Bồn tắm lớn

key

Chìa khóa

kitchen

Nhà bếp

ladder

Thang

lamp

Đèn

landing

Đầu cầu thang

laundry

Buồng giặt là quần áo

lawn

Bãi cỏ

lawnmower

Máy cắt cỏ

library

Thư viện

light

Đèn

linen closet

Tủ đựng khăn tắm

living room

Phòng khách

lock

Khóa

loft

Gác xép

mailbox

Hòm thư

mantle

Măng sông đèn

master bedroom

Phòng ngủ lớn

microwave

Lò vi sóng

mirror

Gương

neighborhood

Hàng xóm

nightstand

Bàn đầu giường

office

Văn phòng

oven

Lò nướng

painting

Bức tranh

paneling

tường bằng ván

pantry

Tủ bếp

patio

Sân trong

picnic table

Bàn ăn ngoài trời

picture

ảnh

picture frame

Khung ảnh

pillow

Gối

plates

Đĩa

plumbing

Hệ thống ống nước

pool

Bể bơi

porch

Cổng vòm

queen bed

Giường cỡ queen

quilt

Chăn

railing

Lan can

range

Lò bếp

refrigerator

Tủ lạnh

remote control

Điều khiển từ xa

roof

Mái nhà

room

Phòng

rug

Thảm trải sàn

screen door

Cửa chắn

shed

Nhà kho

shelf/shelves

Giá/nhiều chiếc giá

shingle

Ván ốp, ván lợp

shower

Vòi hoa sen

shutters

Cửa chớp

siding

Lớp ván bọc ngoài

sink

Bồn rửa bát

sofa

Ghế

---

stairs/staircase

cầu thang

---

step

Bậc

---

stoop

Cổng

---

stove

Bếp lò

---

study

Phòng đọc sách

---

table

Bàn

---

telephone

Điện thoại

---

television

Tivi

---

toaster

Máy nướng bánh mì

---

toilet

Nhà vệ sinh

towel

Khăn tắm

trash can

Thùng rác

trim

Đồ trang trí

upstairs

Tầng trên

utility room

Buồng sinh hoạt

vacuum

Máy hút bụi

vanity

Bàn trang điểm

vase

Lọ hoa

vent

Lỗ thông hơi

wall

Tường

wardrobe

Tủ quần áo

washer/washing machine

Máy giặt

waste basket

Thùng rác

water heater

Bình nước nóng

welcome mat

Thảm chùi chân

window

Cửa sổ

window pane

Tấm kính cửa sổ

window sill

Ngưỡng cửa sổ

yard

Sân

Related Verbs
Các động từ liên quan

to build

Xây

to buy

Mua

to clean

Dọn dẹp

to decorate

Trang trí

to leave

Dời đi

to move in

Chuyển đến

to move out

Chuyển ra

to renovate

Nâng cấp

to repair

Sửa chữa

to sell

Bán

to show

Trưng bày

to view

Xem

to visit

Đến thăm

to work

Làm việc

9) Arts & Entertainment
9) Các loại hình nghệ thuật & Giải trí

3-D

3 chiều

action movie

Phim hành động

actor/actress

Diễn viên nam/diễn viên nữ

album

Tuyển tập

alternative

Nhạc rock alternative

amphitheater

Nhà hát vòng tròn

animation

Hoạt hình

artist

Nghệ sĩ, họa sĩ

audience

Khán giả

ballerina

Nữ diễn viên ba-lê

ballet

Múa ba-lê

band

Ban nhạc

blues

Điệu nhảy blu

caption

Đoạn thuyết minh

carnival

Ngày hội hóa trang

cast

Bảng phân phối các vai diễn

choreographer

Biên đạo múa

cinema

Rạp chiếu phim

classic

Cổ điển

comedy

Hài kịch

commercial

Quảng cáo

composer

Người soạn nhạc

concert

Buổi hòa nhạc

conductor

Nhạc trưởng

contemporary

Đương đại

country

Đồng quê

credits

Danh đề phim

dancer

Vũ công

director

Đạo diễn

documentary

Phim tài liệu

drama

Kịch

drummer

Người đánh trống

duet

Bản nhạc cho bộ đôi

episode

Tập

event

Sự kiện

exhibit

Vật triển lãm

exhibition

Triển lãm

fair

Hội chợ

fantasy

khúc phóng túng

feature/feature film

Tiết mục chủ chốt/phim chủ chốt

film

Phim

flick

Phim chiếu bóng

folk

Nhạc dân gian

gallery

Phòng trưng bày tranh

genre

Thể loại

gig

Hợp đồng thuê ban nhạc biểu diễn

group

Nhóm

guitar

Đàn ghita

guitarist

Người chơi đàn ghita

hip-hop

Nhạc hip-hop (đường phố)

horror

Kinh dị

inspirational

Truyền cảm hứng

jingle

Tiếng leng keng

legend

Truyền thuyết

lyrics

Lời bài hát

magician

Ảo thuật gia

microphone

Micrô

motion picture

Phim điện ảnh

movie director

Đạo diễn phim

movie script

Kịch bản phim

museum

Bảo tàng

music

Âm nhạc

musical

Thuộc âm nhạc

musician

Nhạc sĩ

mystery

Tiểu thuyết thần bí

new age

Thời đại mới

opera

Nhạc kịch

opera house

Nhà hát nhạc kịch

orchestra

Dàn nhạc

painter

Họa sĩ

painting

Bức tranh

parade

Cuộc diễu hành

performance

Buổi biểu diễn

pianist

Nghệ sĩ pianô

picture

Ảnh

play

Kịch

playwright

Nhà soạn kịch

pop

Nhạc pop

popcorn

Bỏng ngô

producer

Nhà sản xuất

rap

Nhạc rap

reggae

Nhạc nhịp mạnh

repertoire

Vốn tiết mục

rock

Nhạc rock

role

Vai

romance

Lãng mạn

scene

Cảnh

science fiction

Truyện khoa học viễn tưởng

sculpter
Nhà điêu khắc

shot
Cảnh phim liên tục do một máy quay quay

show
Buổi diễn

show business
Ngành vui chơi giải trí

silent film
Phim câm

singer
Ca sĩ

sitcom
Hài kịch tình huống

soloist
Người chơi độc tấu

song
Bài hát

songwriter
Nhạc sĩ sáng tác bài hát

stadium

Sân vận động

stage

Sân khấu

stand-up comedy

Tấu hài

television

Tivi

TV show

Chương trình giải trí trên tivi

theater

Nhà hát

understudy

Diễn viễn dự bị

vocalist

Ca sĩ

violinist

Nghệ sĩ viôlông

Related Verbs
Các động từ liên quan

to act

Đóng

---

to applaud

Vỗ tay

---

to conduct

Điều khiển

---

to dance

Nhảy

---

to direct

Chỉ đạo

---

to draw

Vẽ

---

to entertain

Giải trí

---

to exhibit

Triển lãm

---

to host

Dẫn chương trình

---

to paint

Vẽ

to perform

Biểu diễn

to play

Đóng kịch

to sculpt

Điêu khắc

to show

Trưng bày

to sing

Hát

to star

Tỏa sáng

to watch

Xem

10) Games and Sports
10) Các trò chơi và bộ môn thể thao

ace

Điểm thắng giao bóng (quần vợt)

amateur

Không chuyên

archery

Bắn cung

arena

Trường đua

arrow

Mũi tên

athlete

Vận động viên

badminton

Cầu lônglong

ball

Quả bóng

base

Gôn

baseball

Bóng chày

basket

Rổ

basketball

Bóng rổ

Bat

Chày

bicycle

Xe đạp

billiards

Trò chơi bi-a

bow

Cái cung

bowling

Trò chơi lăn bóng gỗ

boxing

Quyền anh

captain

Đội trưởng

champion

Người vô địch, quán quân

championship

Chức vô địch

cleats

Đế gai (giày)

club

Câu lạc bộ

competition

Cuộc thi đấu

course

Vòng chạy đua

court

Sân

cricket

Bóng chày

Cup

Cúp

curling

Môn đánh bi trên bóng tuyết

cycling

Sự đi xe đạp

darts

Phi tiêu

defense

Phòng thủ

diving

Lặn

dodgeball

Bóng né

driver

Người lái xe

equestrian

Người cưỡi ngựa

event

Sự kiện

Fan

Người hâm mộ

fencing

Thuật đánh kiếm

field

Sân

figure skating

Môn trượt băng nghệ thuật

fishing

Câu cá

football

Bóng đá

game

Trò chơi

gear

Hộp số (ô tô), yên cương ngựa

goal

Bàn thắng

golf

Môn đánh gôn

golf club

Gậy chơi gôn

gym
Phòng luyện tập thể dục

gymnastics
Thể dục

halftime
Giờ giải lao lúc hết hiệp một

helmet
Mũ bảo hiểm

hockey
Khúc côn cầu

horse racing
Đua ngựa

hunting
Săn bắn

ice skating
Môn trượt băng

inning
Phần của trận đấu cả hai đội lần lượt đánh

jockey
Nài ngựa

judo
Võ juđô (võ Nhật)

karate
Môn võ karate

kayaking
Môn chèo thuyền caiac

kickball
Đá bóng chày

lacrosse
Môn thể thao dùng vợt để đánh và ném bóng

league
Liên đoàn

martial arts
Võ thuật

mat
Đệm

match
Trận đấu

medal
Huy chương

Net

Lưới

offense

Lối tấn công

Olympic Games

Thế vận hội

pentathlon

Điền kinh

pitch

Sân (chơi thể thao có kẻ vạch)

play

Chơi

player

Người chơi

polo

Môn polo

pool

Trò chơi bi-da

pool cue

Gậy chơi bi-da

professional

Chuyên nghiệp

puck

Bóng khúc côn cầu trên băng

quarter

Một phần tư dặm, mười lăm phút

race

Cuộc đua

race car

Đua xe ô tô

racket

Cái vợt

record

Kỷ lục

referee

Trọng tài

relay

Cuộc chạy đua tiếp sức

riding

Môn cưỡi ngựa

ring

Vũ đài

rink

Sân băng

rowing

Sự chèo thuyền

rugby

Môn bóng bầu dục

running

Cuộc chạy đua

saddle

Yên ngựa

sailing

Sự chèo thuyền

score

Tỷ số

shuffleboard

Trò đánh đáo shuffleboard

shuttle cock

Quả cầu lông

skates

Giày trượt băng

skating

Môn trượt băng

skiing

Trượt ván tuyết

skis

Ván trượt tuyết

soccer

Môn bóng đá

softball

Trò tương tự bóng chày

spectators

Khán giả

sport

Thể thao

sportsmanship

Tinh thần thể thao

squash

Bóng quần

stadium

Sân vận động

surf

Lướt sóng

surfboard

Ván lướt sóng

swimming

Bơi lội

table tennis/ping pong

Bóng bàn

tag

Thẻ ghi tên

team

Đội

tennis

Quần vợt

tetherball

Quần vợt bóng dây

throw

Cú ném

track

Đường đua

track and field

Các môn điền kinh

volleyball

Môn bóng chuyền

water skiing

Môn lướt ván nước

weight lifting

Môn cử tạ

whistle

Tiếng còi hiệu

win

Sự thắng cuộc

windsurfing

Môn lướt ván buồm

winner

Người thắng cuộc

wrestling

Môn đấu vật

Related Verbs
Các động từ liên quan

to catch

Bắt lấy

---

to cheat

Gian lận

---

to compete

Cạnh tranh

---

to dribble

Cú rê bóng

---

to go

Đi

---

to hit

Ném trúng

---

to jump

Nhảy

---

to kick

Đá

---

to knock out

Đánh bại

---

to lose

Thất bại

to play

Chơi

to race

Chạy đua

to run

Chạy

to score

Ghi bàn

to win

Chiến thắng

11) Food
11) Thức ăn

Apple

Quả táo

bacon

Thịt xông khói

bagel

Bánh sừng bò

banana

Quả chuối

beans

Đậu

beef

Thịt bò

bread

Bánh mì

broccoli

Rau cải xanh

brownie

Bánh sô cô la hạnh nhân

cake

Bánh

candy

Kẹo

carrot

Cà rốt

celery

Cần tây

cheese

Phô mai

cheesecake

Bánh phô mai

chicken

Gà

chocolate

Sô cô la

cinnamon

Cây quế

cookie

Bánh quy

crackers

Bánh quy giòn

dip

Nhúng

eggplant

Cà tím

fig

Quả sung

fish

Cá

fruit

Hoa quả

garlic

Tỏi

ginger

Gừng

ham

Thịt giăm bông

herbs

Thảo mộc

honey

Mật ong

ice cream

Kem

jelly/jam

Thạch/Mứt

ketchup

Nước sốt cà chua nấm

lemon

Quả chanh

lettuce

Rau diếp

mahi mahi

Cá nục heo

mango

Quả xoài

mayonnaise

Nước sốt majonei

meat

Thịt

melon

Quả dưa

milk

Sữa

mustard

Mù tạc

noodles

Mì

nuts

Quả hạch

oats

Yến mạch

olive

Ô liu

orange

Quả cam

pasta

Mì ống

pastry

Bánh ngọt

pepper

Hạt tiêu

pork

Thịt lợn

potato

Khoai tây

pumpkin

Quả bí ngô

raisin

Nho khô

sage

Cây ngải đắng

salad

Rau xà lách

salmon

Cá hồi

sandwich

Bánh xăng- đuých

sausage

Xúc xích

soup

Xúp

squash

Bí

steak

Bít tết

strawberry

Quả dâu

sugar

Đường

tea

Trà

toast

Bánh mì nướng

tomato

Quả cà chua

vinegar

Giấm

vegetables

Rau củ

water

Nước

wheat

Lúa mì

Yogurt

Sữa chua

Restaurants and Cafes
Nhà hàng và Quán cà phê

a la carte

Gọi theo món

a la mode

Hợp thời trang, đúng điệu

Appetizer

Món khai vị

Bar

Quầy bán rượu

Beverage

Đồ uống

Bill

Hóa đơn

Bistro

Hộp đêm

boiled

Luộc

Braised

Thịt om

breakfast

Bữa ăn sáng

brunch

Bữa ăn nửa buổi

cafe/cafeteria

Quán Cà phê

cashier

Thu ngân

chair

Ghế

charge

phí

check
Phiếu chi

chef
Đầu bếp

coffee
Cà phê

coffee shop
Quán cà phê

condiments
Đồ gia vị

cook
Nấu

courses
Các món ăn

credit card
Thẻ tín dụng

cup
Cốc

cutlery
Dao kéo

deli/delicatessen

Món chế biến sẵn

dessert

Món tráng miệng

dine

Ăn tối

diner

Người dự tiệc

dinner

Bữa tối

dish

Đĩa

dishwasher

Máy rửa bát đĩa

doggie bag

Túi mang đồ ăn thừa về

drink

Uống

entree

Món ăn đầu tiên

food

Thức ăn

fork

Cái nĩa

glass

Cái ly

gourmet

Người sành ăn

hor d'oeuvre

Món đồ nguội khai vị

host/hostess

Chủ tiệc

knife

Con dao

lunch

Bữa trưa

maitre d'

Quản lý khách sạn

Manager

Người Quản lý

Menu

Thực đơn

mug

Nước giải khát

napkin

Khăn ăn

order

Đơn đặt hàng

party

Bữa tiệc

plate

Cái đĩa

platter

Đĩa phẳng

reservation

Đặt chỗ trước

restaurant

Nhà hàng

saucer

Đĩa nhỏ, đĩa để dưới chén

server

Người phục vụ bàn

side order

Món ăn dọn cho một người thêm vào món ăn chính và trên một đĩa riêng

silverware

Đồ dùng bằng bạc

special

Đặc biệt

Spoon

Cái thìa

starters

Các món khai vị

supper

Bữa ăn khuya

table

Cái bàn

tax

Thuế

tip

Tiền boa

to go

Khẩu phần

utensils

Đồ dùng nhà bếp

waiter/waitress

Người phục vụ bàn

Related Verbs
Các động từ liên quan

to bake

Nướng

to be hungry

Đói bụng

to cook

Nấu

to cut

Cắt

to drink

Uống

to eat

Ăn

to eat out

Ăn ở ngoài

to feed

Cho ăn

to grow

Tăng, phát triển

to have breakfast

Ăn sáng

to have lunch

Ăn trưa

to have dinner

Ăn tối

to make

Làm

to order

Đặt mua, gọi món

to pay

Thanh toán

to prepare

Chuẩn bị

to request

Yêu cầu

to reserve

Đặt chỗ trước

to serve

Phục vụ

to set the table

Bố trí bàn

to taste

Nếm

12) Shopping
12) Mua sắm

bags

Túi xách

bakery

Hiệu bánh mì

barcode

Mã vạch

basket

Cái giỏ

bookstore

Nhà sách

boutique

Cửa hàng nhỏ bán các mặt hàng mới ra

browse

Xem lướt qua

buggy/shopping cart

Giỏ mua hàng

butcher

Người bán thịt

buy

Mua

cash

Tiền mặt

cashier

Thu ngân

change

Tiền thừa hoàn lại khách

changing room

Phòng thay đồ

cheap

Rẻ

check

Kiểm tra

clearance

Sự thanh toán

coin

Đồng xu

convenience store

Cửa hàng tiện lợi

counter

Quầy thu tiền

credit card

Thẻ tín dụng

customers

Khách hàng

debit card

Thẻ ghi nợ

delivery

Sự phân phối, giao hàng

department store

Cửa hàng bách hóa

discount

Sự giảm giá

discount store

Cửa hàng bán đồ giảm giá

drugstore/pharmacy

Quầy bán thuốc/hiệu thuốc

electronic store

Cửa hàng điện tử

escalator

Cầu thang cuốn

expensive

Đắt đỏ

flea market

Chợ trời

florist

Người bán hoa

grocery store

Cửa hàng hoa quả

hardware

Phần cứng

jeweler

Thợ kim hoàn

mall

Trung tâm mua sắm

market

Chợ

meat department

Gian hàng thịt

music store

Cửa hàng đĩa nhạc

offer

Sự chào bán

pet store

Cửa hàng thú cưng

purchase

Mua

purse

Ví tiền

rack

Giá để đồ đạc

receipt

Biên lai

return

Sự trả lại

sale

Giảm giá

sales person
Người bán hàng

scale
Quy mô

size
Kích cỡ

shelf/shelves
Giá/những chiếc giá

shoe store
Cửa hàng giày

shop
Cửa hàng

shopping center
Trung tâm mua sắm

store
Cửa hàng

supermarket
Siêu thị

tailor
Thợ may

till

Ngăn kéo để tiền

toy store

Cửa hàng đồ chơi

wallet

Ví

wholesale

Sự bán buôn, sự bán sỉ

Related Verbs
Các động từ liên quan

to buy

Mua

to charge

Tính phí

to choose

Lựa chọn

to exchange

Đổi chác

to go shopping

Đi mua sắm

to owe

Nợ

to pay

Thanh toán

to prefer

Thích hơn

to return

Trả lại

to save

Tiết kiệm

to sell

Bán

to shop

Mua sắm

to spend

Tiêu tiền

to try on

Thử đồ

to want

Mong muốn

13) At the Bank
13) Tại ngân hàng

account

Tài khoản

APR/Annual Percentage Rate

Lãi suất phần trăm bình quân hàng năm

ATM/Automatic Teller Machine

Máy rút tiền tự động

---

balance

Số dư

---

bank

Ngân hàng

---

bank charges

Phí ngân hàng

---

bank draft

Hối phiếu ngân hàng

---

bank rate

Lãi suất ngân hàng

---

bank statement

Bản báo cáo tài chính

borrower

Người vay vốn

bounced check

Chi phiếu bị trả lại

cardholder

Chủ thẻ

cash

Tiền mặt

cashback

Một khoản chiết khấu

check

Chi phiếu

checkbook

Tập chi phiếu

checking account

Tài khoản chi phiếu

collateral

Tài sản thế chấp

commission

Hoa hồng

credit

Tín dụng

credit card

Thẻ tín dụng

credit limit

Mức giới hạn của thẻ tín dụng

credit rating

Đánh giá mức tín dụng

currency

Tiền tệ

debt

Nợ

debit

Ghi nợ

debit card

Thẻ ghi nợ

deposit

Tiền gửi

direct debit

Ghi nợ trực tiếp

direct deposit

Gửi tiền trực tiếp

expense

Chi phí

fees

Các loại cước phí

foreign exchange rate

Tỷ giá hối đoái

insurance

Hợp đồng bảo hiểm

interest

Lãi suất

Internet banking

Dịch vụ ngân hàng qua internet

loan

Khoản cho vay

money

Tiền

money market

Thị trường tiền tệ

mortgage

Thế chấp tài sản

NSF/Insufficient Funds

Quỹ tiền gửi không đủ

online banking

Dịch vụ ngân hàng trực tuyến

overdraft

Thấu chi

payee

Người thụ hưởng

pin number

Số pin

register

Sổ sách

savings account

Tài khoản tiết kiệm

statement

Báo cáo

tax

Thuế

telebanking

Nghiệp vụ ngân hàng điện tử hóa

teller

Người thu ngân

transaction

Sự giao dịch

traveler's check

Ngân phiếu thông hành

vault

Phòng bịt sắt của ngân hàng

withdraw

Rút tiền

Related Verbs
Các động từ liên quan

to cash

Trả tiền mặt

to borrow

Vay

to charge

Đánh phí

to deposit

Gửi tiền

to endorse

Xác nhận

to enter

Nhập

to hold

Nắm giữ

to insure

Bảo hiểm

to lend

Cho vay

to open an account

Mở tài khoản

to pay

Thanh toán

To save

Tiết kiệm

to spend

Chi tiêu

to transfer money

Chuyển tiền

to withdraw

Rút tiền

14) Holidays
14) Các ngày lễ

balloons

Quả bóng bay

calendar

Lịch

celebrate

Kỷ niệm

celebration

Lễ kỷ niệm

commemorating

Vật để kỷ niệm

decorations

Đồ trang trí

family

Gia đình

feast

Bữa tiệc

federal

Liên bang

festivities

Ngày hội

fireworks

Pháo hoa

first

Đầu tiên

friends

Bạn bè

games

Trò chơi

gifts

Quà tặng

heros

Người hùng

holiday

Kỳ nghỉ

honor

Danh dự

national

Dân tộc, quốc gia

parade

Cuộc diễu hành

party

Bữa tiệc

picnics

Dã ngoại

remember

Nhớ lại

resolution

Quyết định

traditions

Truyền thống

American Holidays in calendar order:
Các Kỳ nghỉ lễ của Mỹ theo trình tự trên lịch:

New Year's Day

Ngày Đầu Năm

Martin Luther King Jr. Day

Ngày Kỷ Niệm Ngày Sinh của Martin Luther King

Groundhog Day

Ngày Lễ Chuột Chũi "Groundhog Day"

Valentine's Day

Ngày Lễ Tình Nhân

St. Patrick's Day

Ngày Thánh Patrick

Easter

Lễ Phục Sinh

April Fool's Day

Ngày Cá Tháng Tư

Earth Day

Ngày Trái Đất

Mother's Day

Ngày Của Mẹ

Memorial Day

Ngày Liệt Sĩ

Father's Day

Ngày Của Cha

Flag Day

Ngày Lễ Quốc Kỳ Mỹ

Independence Day/July 4th

Ngày Quốc Khánh

Labor Day

Lễ Lao Động

Columbus Day

Ngày Lễ Kha Luân Bố

Halloween

Ngày Hội Hóa Trang

Veteran's Day

Ngày Cựu Chiến Binh

Election Day

Ngày Bầu Cử

Thanksgiving Day

Ngày Lễ Tạ Ơn

Christmas

Giáng Sinh

Hanukkah

Lễ hội Hanukkah

New Year's Eve

Giao Thừa

Related Verbs
Các động từ liên quan

to celebrate

Kỷ niệm

to cherish

Yêu mến

to commemorate

Tưởng nhớ

to cook

Nấu

to give

Tặng

to go to

Đi tới

to honor

Ban vinh dự cho

to observe

Quan sát

to party

Tổ chức tiệc tùng

to play

Chơi

to recognize

Công nhận

to remember

Tưởng nhớ

to visit

Viếng thăm

15) Traveling
15) Du lịch

airport

Sân bay

backpack

Ba lô

baggage

Hành lý

boarding pass

Thẻ lên máy bay

business class

Ghế hạng thương gia

bus station

Trạm xe buýt

carry-on

Xách tay

check-in

Đăng ký lấy chỗ

coach

Toa hành khách

cruise

Cuộc đi chơi biển

depart/departure

Khởi hành

destination

Điểm đến

excursion

Chuyến tham quan

explore

Thám hiểm

first class

Hạng nhất

flight

Chuyến bay

flight attendant

Tiếp viên hàng không

fly

Bay

guide

Hướng dẫn viên

highway

Xa lộ

hotel

Khách sạn

inn

Quán trọ

journey

Cuộc hành trình

land

Hạ cánh

landing

Cập bến

lift-off

Cất cánh

luggage

Hành lý

map

Bản đồ

move

Di chuyển

motel

Nhà nghỉ

passenger

Hành khách

passport

Hộ chiếu

pilot

Phi công

port

Cảng

postcard

Bưu thiếp

rail

Đường ray

railway

Đường sắt

red-eye

Chạy đêm

reservations

Đặt chỗ trước

resort

Khu nghỉ dưỡng

return

Trở lại

road

Con đường

roam

Đi chơi rong

room

Phòng

route

Lộ trình

safari

Cuộc hành trình

sail

Cánh buồm

seat

Ghế ngồi

sightseeing

Cuộc tham quan

souvenir

Đồ lưu niệm

step

Bước đi

suitcase

Cái vali

take off

Cất cánh

tour

Chuyến du lịch

tourism

Du lịch

tourist

Khách du lịch

traffic

Giao thông

trek

Đoạn đường

travel

Đi du lịch

travel agent

Đại lý lữ hành

trip

Cuộc du ngoạn

vacation

Kỳ nghỉ

voyage

Chuyến đi xa

Modes of Transportation
Các phương tiện giao thông

airplane/plane

Máy bay

automobile

Xe ô tô

balloon

Khí cầu

bicycle

Xe đạp

boat

Tàu thuyền

bus

Xe buýt

canoe

Xuồng

car

Ô tô

ferry

Phà

motorcycle

Xe máy

motor home

Nhà lưu động

ship

Tàu thuyền

subway

Xe điện ngầm

taxi

Xe taxi

train

Tàu hỏa

van

Xe tải

Hotels
Khách sạn

accessible

Có thể tới được

airport shuttle

Xe đưa đón sân bay

all-inclusive

Trọn gói

amenities

Tiện nghi

balcony

Ban công

bathroom

Phòng tắm

beach

Biển

beds

Phòng ngủ

bed and breakfast

Chỗ trọ có bữa ăn điểm tâm

bellboy/bellhop

Người trực tầng

bill

Hóa đơn

breakfast

Bữa sáng

business center

Trung tâm thương mại

cable/satellite tv

Ti vi truyền hình cáp/vệ tinh

charges (in-room)

Các loại phí (trong phòng)

check-in

Thủ tục đặt phòng

check-out

Thanh toán trả phòng

concierge

Nhân viên hướng dẫn khách

Continental breakfast

Điểm tâm kiểu Âu

corridors (interior)

Hành lang (bên trong)

doorman

Nhân viên trực cửa

double bed

Giường đôi

double room

Phòng đôi

elevator

Thang máy

exercise/fitness room

Phòng tập thể dục

extra bed

Giường phụ

floor

Tầng

front desk

Quầy lễ tân

full breakfast

Bữa điểm tâm trọn gói

gift shop

Cửa hàng quà tặng

guest

Khách trọ

guest laundry

Dịch vụ giặt là cho khách

hair dryer

Máy sấy tóc

high-rise

Nhà cao tầng

hotel

Khách sạn

housekeeping

Dọn dẹp phòng

information desk

Bàn hướng dẫn

inn

Quán trọ

in-room

Trong phòng

internet

Mạng internet

iron/ironing board

Bàn để là quần áo

key

Khóa

king bed

Giường cỡ king

lobby

Hành lang

local calls

Các cuộc gọi nội hạt

lounge

Phòng chờ

luggage

Hành lý

luxury

Sang trọng

maid

Hầu phòng

manager

Người quản lý

massage

Mát-xa

meeting room

Phòng họp

microwave

Lò vi sóng

mini-bar

Quán rượu mini

motel

Nhà trọ

newspaper

Báo

newsstand

Quầy báo

non-smoking

Không hút thuốc

pets/no pets

Thú cưng/không được phép mang thú cưng

pool - indoor/outdoor

Bể bơi trong nhà/ngoài trời

porter

Người khuân vác đồ

queen bed

Giường cỡ queen

parking

Bãi đỗ xe

receipt

Biên lai

reception desk

Quầy tiếp tân

refrigerator (in-room)

Tủ lạnh (trong phòng)

reservation

Đặt phòng trước

restaurant

Nhà hàng

room

Phòng

room number

Số phòng

room service

Dịch vụ dọn phòng

safe (in-room)

Két sắt (trong phòng)

service charge

Phí phục vụ

shower

Vòi sen

single room

Phòng đơn

suite

Phòng

tax

Thuế

tip

Tiền boa

twin bed

Giường đôi

vacancy/ no vacancy

Còn phòng/ hết phòng

wake-up call

Điện thoại đánh thức

whirlpool/hot tub

Tắm nước nóng ngoài trời/ bồn tắm nước nóng

wireless high-speed internet

Mạng không dây tốc độ cao

Related Verbs
Các động từ liên quan

to arrive

Đến

to ask

Yêu cầu

to buy

Mua

to catch a flight

Bắt kịp chuyến bay

to change

Thay đổi

to drive

Lái xe

to find

Tìm kiếm

to fly

Bay

to land

Hạ cánh

to make a reservation

Đặt phòng trước

to pack

Chuẩn bị hành lý

to pay

Thanh toán

to recommend

Giới thiệu

to rent

Thuê

to see

Nhìn thấy

to stay

ở lại

to take off

Cất cánh

to travel

Đi du lịch

to swim

Bơi

16) School
16) Trường học

arithmetic

Số học

assignment

Bài tập được giao

atlas

Tập bản đồ

backpack

Ba lô

binder

Người đóng sách

blackboard

Bảng đen

book

Quyển sách

bookbag

Cặp sách

bookcase

Tủ sách

bookmark

Vật đánh dấu trang sách

calculator

Máy tính bỏ túi

calendar

Lịch

chalk

Phấn viết

chalkboard

Bảng viết phấn

chart

Biểu đồ

class clown

Người thích gây ấn tượng

classmate

Bạn học cùng lớp

classroom

Lớp học

clipboard

Bìa kẹp hồ sơ

coach

Gia sư

colored pencils

Bút chì màu

compass

Com-pa

composition book

Sách bài tập

computer

Máy vi tính

construction paper

Giấy thủ công

crayons

Bút màu sáp

desk

Bàn học

dictionary

Từ điển

diploma

Bằng cấp

dividers

Com-pa

dormitory

Ký túc xá

dry-erase board

Bảng xóa khô

easel

Giá vẽ

encyclopedia

Bộ sách bách khoa

english

Tiếng anh

eraser

Cục tẩy

exam

Kì thi

experiment

Thí nghiệm

flash cards

Thẻ ghi chú

folder

Bìa cứng (làm cặp giấy)

geography

Địa lý học

globe

Quả địa cầu

glossary

Bảng chú giải

glue

Keo hồ

gluestick

Chổi quét keo

grades, A, B, C, D, F, passing, failing

Điểm số, A, B, C, D, F, đỗ, trượt

gym

Môn thể dục

headmaster

Hiệu trưởng

highlighter

Bút đánh dấu

history

Môn lịch sử

homework

Bài tập về nhà

ink

Mực

janitor

Người gác cổng

Kindergarten

Lớp mẫu giáo

keyboard

Bàn phím

laptop

Máy tính xách tay

lesson

Bài tập

library

Thư viện

librarian

Quản thủ thư

lockers

Tủ đựng đồ

lunch

Bữa trưa

lunch box/bag

Hộp/túi đựng đồ ăn trưa

map

Bản đồ

markers

Người chấm bài

math

Môn toán

notebook

Vở

notepad

Tập giấy dùng để ghi chép

office

Văn phòng

paper
Giấy

paste
Hồ bột

pen
Bút mực

pencil
Bút chì

pencil case
Hộp bút chì

pencil sharpener
Cái gọt bút chì

physical education/PE
Giáo dục thể chất

portfolio
Tập hồ sơ

poster
Áp phích

principal
Hiệu trưởng

professor

Giáo sư

project

Dự án

protractor

Thước đo góc

pupil

Học sinh

question

Câu hỏi

quiz

Câu hỏi kiểm tra miệng

read

Đọc

reading

Sự đọc

recess

Giờ giải lao

ruler

Cái thước kẻ

science

Môn khoa học

scissors

Cái kéo

secretary

Thư ký

semester

Học kỳ

stapler

Máy dập ghimĐồ bấm vở

student

Học sinh

tape

Băng ghi âm

teacher

Giáo viên

test

Bài kiểm tra

thesaurus

Từ điển chuyên môn

vocabulary

Từ vựng

watercolors

Bút màu nước

whiteboard

Bảng trắng

write

Viết

Related Verbs
Các động từ liên quan

to answer

Trả lời

to ask

Hỏi

to draw

Vẽ

to drop out

Bỏ học giữa chừng

to erase

Tẩy

to fail

Thi trượt

to learn

Học bài

to pass

Thi đỗ

to play

Chơi

to read

Đọc

to register

Đăng ký

to show up

Có mặt

to sign up

Đăng ký

to study

Học

to teach

Dạy

to test

Kiểm tra

to think

Suy nghĩ

to write

Viết

17) Hospital
17) Bệnh viện

ache

Đau nhức

acute

Buốt

allergy/allergic

Dị ứng/bị dị ứng

ambulance

Xe cứu thương

amnesia

Mất trí nhớ

amputation

Sự cắt cụt

anaemia

Bệnh thiếu máu

anesthesiologist

Bác sĩ gây mê

antibiotics

Thuốc kháng sinh

anti-depressant

Thuốc chống trầm cảm

appointment

Cuộc hẹn gặp

arthritis

Chứng viêm khớp

asthma

Bệnh hen

bacteria

Vi khuẩn

bedsore

Chứng thối loét vì nằm liệt giường

biopsy

Sinh thiết

blood

Máu

blood count

Đếm huyết cầu trong máu

blood donor
Người hiến máu

blood pressure
Huyết áp

blood test
Xét nghiệm máu

bone
Xương

brace
Niềng

bruise
Vết thâm tím

Caesarean section (C-section)
Sự sinh mổ

cancer
Bệnh ung thư

cardiopulmonary resuscitation (CPR)
Phương pháp hồi sức tim phổi

case
Ca

cast

Sự lác mắt

chemotherapy

Hóa học trị liệu

coroner

Nhân viên điều tra về những vụ chết bất thường

critical

Nguy kịch

crutches

Cái nạng

cyst

U nang

deficiency

Sự thiếu hụt

dehydrated

Mất nước

diabetes

Bệnh tiểu đường

diagnosis

Sự chẩn đoán

dietician

Chuyên gia về vấn đề dinh dưỡng

---

disease

Căn bệnh

---

doctor

Bác sĩ

---

emergency

Tình trạng khẩn cấp

---

emergency room (ER)

Phòng cấp cứu

---

exam

Kiểm tra

---

fever

Cơn sốt

---

flu (influenza)

Bệnh cúm

---

fracture

Sự gãy xương

---

heart attack

Cơn đau tim

---

hematologist

Bác sĩ chuyên khoa huyết học

hives

Chứng phát ban

hospital

Bệnh viện

illness

Sự đau yếu

imaging

Chiếu chụp

immunization

Sự chủng ngừa

infection

Nhiễm trùng

Intensive Care Unit (ICU)

Khu chăm sóc đặc biệt

IV

(giải phẫu) trong tĩnh mạch

laboratory (lab)

Phòng thí nghiệm

life support

Duy trì sự sống

mass

Khối lượng

medical technician

Bác sĩ chuyên môn

neurosurgeon

Bác sĩ giải phẫu thần kinh

nurse

Y tá

operating room (OR)

Phòng mổ

operation

Ca mổ

ophthalmologist

Bác sĩ nhãn khoa

orthopedic

Khoa chỉnh hình

pain

Đau đớn

patient

Bệnh nhân

pediatrician

Bác sĩ nhi khoa

pharmacist

Dược sĩ

pharmacy

Tiệm thuốc tây

physical Therapist

Nhà vật lý trị liệu

physician

Thầy thuốc

poison

Chất độc

prescription

Đơn thuốc

psychiatrist

Bác sĩ tâm thần

radiologist

Bác sĩ X- quang

resident

Nội trú

scan

Chụp xạ hình

scrubs

Cọ sạch

shots

Tiêm thuốc

side effects

Tác dụng phụ

specialist

Chuyên gia

stable

ổn định

surgeon

Bác sĩ phẫu thuật

symptoms

Các triệu chứng

therapy

Sự điều trị

treatment

Cách điều trị

vein

Tĩnh mạch

visiting hours

Giờ thăm bệnh nhân

visitor

Người đến thăm

wheelchair

Xe lăn

x-ray

Tia X

Related Verbs
Động từ liên quan

to bring

Gây cho

to cough

Ho

to examine

Khám

to explain

Giải thích

to feel

Cảm thấy

to give

Làm lây sang

to hurt

Làm bị thương

to prescribe

Kê đơn

to scan

Chụp xạ hình

to take

Lấy

to test

Kiểm tra

to treat

Điều trị

to visit

Thăm

to wait

Chờ

to x-ray

Chụp tia X

18) Emergency
18) Cấp cứu

accident

Tai nạn

aftershock

Dư chấn

ambulance

Xe cứu thương

asthma attack

Bị suyễn

avalanche

Sụt lở

blizzard

Trận bão tuyết

blood/bleeding

Máu / sự chảy máu

broken bone

Gãy xương

car accident

Tai nạn ô tô

chest pain

Đau ngực

choking

Nghẹn

coast guard

Nhân viên bắt buôn lậu

crash

Tiếng nổ

diabetes

Bệnh tiểu đường

doctor

Bác sĩ

drought

Hạn hán

drowning

Chết đuối

earthquake

Sự động đất

emergency

Cấp cứu

emergency services

Các dịch vụ cấp cứu

EMT (emergency medical technician)

Nhân viên cấp cứu

explosion

Sự bùng nổ, vụ nổ

fight

Cuộc đánh nhau

fire

Cháy

fire department

Phòng cứu hỏa

fire escape

Cửa thoát hiểm

firefighter

Lính cứu hỏa

fire truck

Xe cứu hỏa

first aid

Sơ cứu

flood

Lũ lụt

fog

Sương mù

gun

Súng

gunshot

Phát súng

heart attack

Cơn đau tim

heimlich maneuver

Phép chữa bệnh cấp cứu cho người bị ngạt

help

Giúp đỡ

hospital

Bệnh viện

hurricane

Cơn cuồng phong

injury

Sự chấn thương

ladder

Thang xếp

lifeguard

Người cứu đắm

life support

Duy trì sự sống

lightening

Sự sa bụng (thời kì sắp đẻ)

lost

Tổn thất

mudslide

Lở đất

natural disaster

Thiên tai

nurse

Y tá

officer

Sĩ quan

paramedic

Người phụ giúp công việc y tế

poison

Chất độc

police

Cảnh sát

police car

Cảnh sát cơ động

rescue

Sự giải cứu

robbery

Vụ ăn cướp

shooting

Bắn súng

stop

Dừng lại

storm

Giông tố

stroke

Đột quy

temperature

Nhiệt độ

thief

Kẻ trộm

tornado

Cơn lốc xoáy

tsunami

Sóng thần

unconscious

Bất tỉnh

weather emergency

Tình trạng khẩn cấp về thời tiết

Related Verbs

Các động từ liên quan

to bleed

Chảy máu

to break

Làm gãy

to breathe

Thở

to burn

Đốt cháy, bỏng

to call

Gọi

to crash

Đâm sầm

to cut

Cắt

to escape

Thoát khỏi

to faint

Ngất xỉu

to fall

Ngã

to help

Giúp đỡ

to hurt

Làm bị thương

to rescue

Giải cứu

to save

Cứu

to shoot

Bắn

to wheeze

Thở khò khè

to wreck

Đắm